Chaotic Life
Life Series 1

Ryan R. Reanzares

Ukiyoto Publishing

All global publishing rights are held by

Ukiyoto Publishing

Published in 2022

Content Copyright © Ryan R. Reanzares

ISBN 9789360160326

All rights reserved.
No part of this publication may be reproduced, transmitted, or stored in a retrieval system, in any form by any means, electronic, mechanical, photocopying, recording or otherwise, without the prior permission of the publisher.

The moral rights of the author have been asserted.

This is a work of fiction. Names, characters, businesses, places, events, locales, and incidents are either the products of the author's imagination or used in a fictitious manner. Any resemblance to actual persons, living or dead, or actual events is purely coincidental.

This book is sold subject to the condition that it shall not by way of trade or otherwise, be lent, resold, hired out or otherwise circulated, without the publisher's prior consent, in any form of binding or cover other than that in which it is published.

www.ukiyoto.com

Dedication

One of the dreams of writers is to physically touch their written story. Now that it's almost within my reach, I want to thank Ukiyuto Publishing House for the opportunity they created like this. I sincerely thank you and will thank you. I will add my friend Jonalyn Porton who helped me make my story more organized. Thank you very much.

CONTENTS

Kabanata 1	1
Kabanata 2	9
Kabanata 3	14
Kabanata 4	19
Kabanata 5	22
Kabanata 6	26
Kabanata 7	30
Kabanata 8	34
Kabanata 9	40
Special Chapter	50
About the Author	*56*

Kabanata 1.

"*Ang buhay ay hindi tungkol sa paghahanap sa sarili. Ang buhay ay tungkol sa pagbuo ng sarili.*"

"Beatrice ano ba 'yan, nag-aaway na naman ba ang mga magulang mo? Hindi ba kayo nahihiya? Kayo ang pinaka-magulong pamilya sa baryong ito."

Napayuko na lamang ako sa kahihiyan nang pagtungtong ko sa tindahan ni aling Marie ay inunahan agad ako ni Aling Using mag salita.

Hindi ko ito pinansin kahit na patuloy parin sila sa pag-uusap tungkol sa magulo kong pamilya. "Isa nga pong kape at bente pesos na pandesal." Bili ko sabay abot ng bayad.

"Tama, akala siguro nila ay sila lang ang tao rito. kung makapag away kalamo walang mga kapitbahay. Alam mo ba nung isang araw natutulog ako ng biglang sumigaw ang nanay nyan-"

Umalis na agad ako dahil ayokong marining ang paulit-ulit nilang pangingialam sa buhay namin.

Sobrang sakit. Bakit ganito ba ang kinalakihan kong buhay, bakit sa ganitong buhay pa ko napunta?

Araw-araw nalang ba na tuwing lalabas ako ay mararanasan ko lagi na makarinig nang masasakit na salita?

Sa totoo lang ay gusto ko ng mawala. Pagod na pagod na ako sa lahat. Matutuwa pa nga siguro ako kapag may sumaksak sa'kin bigla d'yan sa kanto.

"Bakit ba napakabagal mong utusang bata ka?!" Galit na bungad saakin ni itay.

"Marami po kasing nabili kaya natagalan, patawad po." Pag dadahilan ko pero sa totoo ay nag ikot-ikot at nag pa-hangin lang ako para kahit saglit ay maranasan kong makatakas sa bahay na kung ituring ko ay impyerno.

"Ikaw na bata ka dapat nag tatabraho kana masyado ka ng pabigat hindi na kita kayang buhayin." Dagdag ni itay. Dumiretso nalang ako sa aking kwarto at inumpisahan tapusin lahat ng asignatura ko.

Araw-araw niya nalang 'yan sinasabi sa'kin. Pero nilalabas taenga ko nalang dahil siguro namanhid na yung buo kong katawan kaya hindi ko nalang masyado dinaramdam ang masasakit niyang mga salita.

"Karding huwag mo naman saktan ang anak mo! Parang awa mo na!" Rinig kong iyak ni mama habang pilit kinukuha ang kapatid ko sa kamay ni Itay.

"Wala kang pakialam sa gagawin ko sa anak ko! Manahimik ka Berta baka ikaw ang saktan ko!" Tinignan agad ni Itay ng masama si mama matapos niyang sabihin iyon kaya naman napatigil si mama sa kaka-awat.

Sumilip ako sa maliit na butas ng kwarto ko at kitang kita ko kung paano hambalusin ni itay ng kanyang sinturon ang sumunod sa akin na si Buboy.

Wala akong magawa ganito ba talaga ang buhay na para sa akin? Hindi ko yata kaya at hindi ko alam kung matatagalan ko pa.

Nakita ko naman mula sa bintana ng kwarto ko ang tipon tipon na kapitbahay namin mula sa labas na nanonood kung paano pag malupitan ni itay ang aking kapatid.

Tila nasa isang sinehan sila at nanonood ng action scene dahil bakas sa mukha nila kung ano pa ang susunod na mangyayari.

Ganyan ba talaga sila? Imbis na tulungan kami at intindihin ay dinaragdagan pa nila ang bigat sa aming mga problema.

Hindi na ako mag-tataka kung bakit gan'yan ang trato nila saamin. Isa lang naman kaming damak na dayo at hindi taga rito.

Maayos naman ang bungad nila samin noon, ngunit sa isang iglap ay nabago iyon.

Nahuli kasi ang aking kapatid na nagnakaw daw sa tindahan na inuutangan namin at simula noong araw na iyon ay nag simula narin ang hindi magandang trato nila saamin.

Daig pa namin nakapaslang sa mga titig nila tuwing nakikita kami at dinaig pa namin ang bingi sa pinagsasabi nilang masasakit na salita. Mas mabuti nga siguro maging bingi na lang para hindi na ko masaktan sa mga sinasabi nila.

Maaga akong nag asikaso at nagluto ng agahan upang may ma ilaman sa tiyan. Huling takal na ito ng bigas at hindi na kakasya para sa mamayang tanghalian. Araw-araw ganito ang gawain ko. Mag-luluto ng agahan at papasok sa paaralan.

Anim kaming mag kakapatid at tatlo lamang ang nag aaral. Ako ang panganay, nasa labing dalawang baitang na ako at ang aming bunso ay tatlong taong gulang.

Bago ako pumasok ay pinakain ko muna ang aking mga kapatid. Sumubo lang ako ng isang kutsarang kanin dahil kung kakain ako ng marami ay mauubusan sila Mama at Itay.

Dinaramihan ko nalang ng tubig para ako ay mabusog.

"Ate may pera ka pa diyan?" Lapit saakin ni Christel, ang aking pangatlong kapatid. "Saan mo gagamitin?" Tanong ko rito sabay kapa sa aking bulsa.

"May project kasi kami ate, ayoko namang manghingi kay itay dahil baka saktan lang ako non. May pasa na ko pero wala pa akong mahihita." Malungkot ang mata nya, masakit man isipin pero tama sya.

Inabot ko sa kanya ang natirira kong bente pesos na tinatago-tago ko pa. Ibibili ko sana ng kalahating kilo ng bigas 'yon mamaya pero mas importante ang makapag-aral.

"Salamat Ate, una na po ako." Paalm nito saakin.

"Beatrice naligo ka ba?" Pang aasar saakin ni Daniella, kaklase ko.

"Tama, nangangalingasaw ka girl, saan ka ba sumuot? sa kanal?"

"HAHAHAHAHAHAHAHHA"

Tawanan nila. Hindi ko nalang sila pinapansin dahil wala rin naman akong magagawa kung makikipag sagutan pa 'ko sa kanila.

"Trice, sulat mo ulit ako tapos bayaran kita lima?" Pabulong na sabi saakin ng katabi ko. Ganito ang gawain ko, tagasulat nila at babayaran naman nila ako. Ito rin ang ginagamit ko pang pa aral sa sarili ko.

"Sige, tatapusin ko muna itong akin, Kiko. Tapos gagawin ko na 'yang sa iyo." Ngumiti naman ito at nag tatatalon sa tuwa. Binigay niya na saakin ang kaniyang notebook at ang bayad na limang piso.

"Ako rin Beatrice, babayaran din kita" Halos lahat sila ay nagsipag lapitan sa akin puwera lang sa grupo ni Daniella.

Mapalad pa nga ako dahil hindi niya ako sinusumbong na sinusulatan ko ang mga kaklase ko, madalas lang ako sungitan nito at kutyain sa pang labas na anyo ko.

"Ang baho talaga." Parinig nito saakin pag daan.

Hindi ko na siya magawang lingunin dahil totoo naman.

Putol ang tubig namin at nag iigib lang kami araw-araw para magka tubig. Bente pesos kada isang galon at sampung piso sa timba.

Sa hirap ng buhay minsan lang ako makaligo dahil mas inuuna namin ang inumin at panghugas ng pinggan sa tubig.

Pauwi na ako ng makita ko ang aking kapatid na si Maria na inaaway ng mga ilan sa kabataan. Hila-hilq pa ng isa ang buhok nito at pinapailaliman sya ng tatlo.

"Hoy!" Sigaq ko at dali-daling nagsi pag takbuhan ang mga ito. Naiwan na nakadapa at umiiyak ang aking kapatid sa kalsada.

"Bakit, anong nangyari?" Inalalayan ko ito para makatayo at tinanong.

"Ate, sinasabi nila na salot daw ang pamilya natin, kaya lumaban ako!" Sobra na talaga ang mga tao sa baryong ito. Hindi ba nila alam yung salitang "awa" kahit iyon nalang sana, hindi pa nila magawa.

"Sa susunod Maria ay huwag ka nang lumaban, tiisin mo nalang dahil wala naman tayong magagawa at wala tayong laban sa kanila." Sabi ko habang tinitignan kung malalalim ba ang sugat na natamo niya.

"Pero ate, hanggang kailan natin titiisin yung mga ugali nila? Tayo nalang lagi ang nag paparaya. Hiindi na tama ito! Ayoko ng ganitong buhay mas gugustuhin ko nalang mamatay kesa maranasan ang gantong buha-"

"Maria!" suway ko sa kanya. Oo, nasabi ko na gusto ko narin mawala pero masakit palang marinig sa nakakabatang kapatid mo ang salitang iyan.

Tumakbo na ito at hindi ko alam kung saan na naman pupunta.

Pinipigilan kong hindi umiyak dahil pansin kong sa bawat kilos ko ay may mga matang mga nakatingin sa akin.

Mga matang hinihusgahan ka kahit wala ka namang ginagawa. Mga matang nakikita lang ang mali mo at hindi ang mga magandang nagawa.

"Pabili nga po ng isang kilong bigas" Singkuwenta pesos ang kinita ko sa pagsusulat. Halos hindi ko na nga natapos ang iba at bukas ko nalang daw ituloy kaya inuwi ko ang mga kwaderno nila.

"Ito na po yung bayad, pa bili narin po ng limang pisong tuyo." Matapos kong bumili ay agad agad na akong umuwi dahil mula kanto ay rinig ko ang malakas na iyakan at sigaw ng aking ama.

"Putangina! Berta! Wala kabang pera diyan? Ganito nalang ba ang buhay natin isang beses sa isang araw kakain!" Malutong na mura ni itay kay Mama.

Dahan-dahan at nanginginig pa akong binuksan ang pinto dahil ako ang pag babalingan nito panigurado.

"Anong oras na buti umuwi kapa-?" nag bago naman ang boses nito ng makita ang dala kong pag kain.

"Ayan, tama iyan mag uwi ka ng makakain" Tumatawang sabi nito.

Tahimik kong binaba ang aking bag at kita ko ang saya sa mata ng mga kapatid ko dahil lilipas ang gabi ng walang masasaktan sa kanila.

Dali-dali kong sinaing ang dala kong bigas at iniluto ang limang pisong tuyo. Anim na piraso lang ang laman ng tuyo na ito at walo kami. Asin nalang ang uulamin ko para naman may ma ulam ang nakakabata kong kapatid.

Panigurado akong tatlo ang kay itay dito at isa kay mama habang ang dalawang natitira ay hahatiin sa dalawa upang mag kasya sa apat na tao.

Sanay na akong hindi nag uulam, hindi naman uuwi ngayon si Christel dahil doon daw siya makikitulog sa kaklase nya.

Sana lang ay pakainin sya.

Hindi nga ako nag kamali dahil ganon ang nangyari.

Parang bawat araw ay nanghihina ako. Iisipin ko na naman kung paano ako makakalikom ng pera pang kain namin kinabukasan.

Halos gabi-gabi narin akong hindi makatulog. Hindi ko na nga nasusunod ang body clock ko minsan ay 4 na oras lang ang tulog ko dahil umeextra ako sa karinderya malapit sa aming paaralan.

Lumabas nako para pumasok sa e-extrahan ko ngayon.

"Beatrice!" Napalingon ako dahil may biglang tumawag saakin.

"Andito ako!" Nagulat ako ng biglang sumulpot si Aling Susan sa likod ko. "Bakit po?"

"Kailan kayo makakabayad ng renta?" Oo nga pala, mag tatatlong buwan ng hindi kami nakakabayad dahil mahina ang kinikita ni mama sa paglalabada.

"Hindi ko pa po alam e." Iyon nalang ang sinabi ko na agad kinangunot ng noo nito.

"Aba! Lumayas kayo kung wala kayong pang bayad bumalik kayo sa pinang galingan nyo" Iling iling nitong sabi sabay alis.

Napakapit nalang ako ng mahigpit sa palda ko para pigilan ang inis. Bakit kailangan niya isigaw iyon? Sa marami pang tao.

Hindi ko na nga alam kung paano haharap sa ibang tao dahil sa araw-araw na ingay ng pamilya ko, dinag-dagan pa niya.

Yumuko nalang ako habang nag lalakad at pinipigilang bumagsak ang mga nag babadyang luha sa aking mga mata.

Ilang beses pa kong napalunok ng laway dahil sa mga ngisi ng mga taong tambay sa dinadaanan ko.

Pansin kong sumusunod ang mga ito saakin kaya kahit madilim na ay pinasok ko ang gubat para mag tago.

Hindi nila ako mahahanap at kung ano mang babalakin nila ay hindi nila magagawa dahil kahit mabaho at puno ng tambakan ng basura itong tinataguan ko ay sumiksik pako ng sobra para lang makasigurong malalagpasan ang nag babadyang trahedya.

Ilang oras pa ang lumipas ay pansin kong wala na sila. Kaya lumabas na ako ng pinagtataguan. Na estatwa pa ako ng makitang nag aabang sila sa dadaanan ko papunta sa karinderya kaya nag pasya akong umuwi nalang.

Hindi rin naman ako makakapasok sa sitwasyon ko ngayon.

Kinuha ko ang isang timbang tubig at agad na pinaligo sa sarili. bahala na bukas. Sobrang lagkit narin kasi ng katawan ko at kati dahil sa pinag taguan ko.

Gagawa nalang ako ng paraan para mapalitan, may dalawa pa namang magagamit bukas.

Hindi na ako halos natulog dahil iniisip ko parin ang nangyari sakin. Kaya nag asikaso na ko nang makakain at ginising ang mga kapatid upang mag sipag almusal.

Hinabilin ko sa kanila na huwag nilang ubusin ang kanin at mauuna na ako. Dahil kailangan ko makalikom ng pera pang kain mamaya.

Malinis akong tignan ngayon dahil nakaligo ako kagabi.

"Ay kabog ang Beatrice nyo naligo na after many years." Sabi ng bakla kong kaklase.

"Oo nga no, pero may sang-sang parin. Kahit maligo iyan ng alkohol amoy basura pa rin." Dagdag ni Daniella.

"Manahimik nga kayo!" Biglang sigaw ni Emma. Si emma ang presidente ng section namin. Madalas ko rin itong malapitan pero alam kong ginagamit nya lang ako para gawin ang mga assignments nya. Sinasabayan

ko nalang dahil madalas nya rin naman akong ipagtanggol pag mag sisimula na naman nilang asarin ako.

"Btw guys, birthday ko bukas punta kayo ha." Biglang anunsyo ni Daniella.

"Except sayo Beatrice. Hindi ka kasi bagay sa house namin, bawal don ang cheap at magnanakaw!"

"HAHAHAHHHHHAHH" tawanan nilang lahat yumuko nalang ako at hinintay ang aming guro na dumating.

Bakit ba ganito? Pang mayaman lang ba ang may pera? Sana mayaman din ako para may kaibigan din ako.

Ang sakit sa pakiramdam na kailangan mo nalang makisabay para lang may matawag kang kaibigan.

Mahirap na nga ako, wala pa akong kaibigan.

Kabanata 2

"*A good friend is like a four leaf clover* : HARD TO FIND LUCKY TO HAVE."

Gulong-gulo na ako sa buhay ko. Natatakot ako na baka mamaya hindi ko kayanin. Kaya ko ba ito? Wala rin naman akong matinong pangarap. Wala rin sigurong saysay kung mabubuhay pa ako. Ayoko dumating sa punto na pati buhay nang magiging anak ko ay magiging ganito.

Hindi ko kakayanin 'yon kung magkakataon.

Palabas na ako ng bahay para makahanap ng pagkakakitaan. Para narin makalayo sa magulo at maingay kong pamilya. Tuwing wala kaming pasok ay kumakayod parin ako. Hindi sapat ang paglalabada ni mama para sa aming anim na magkakapatid kaya kailangan ko mag banat ng buto para makatulong at hindi matawag na pabigat.

Sobrang sakit. Araw-araw nalang ako dinudurog sa mga salitang binabato samin ng iba. Kung hindi salot, delubyo ang bansag nila.

Masuwerte pa nga sila dahil may maayos silang tirahan. Maganda na nga puno pa ng saya. E, yung saamin na lagi nilang pinupuna? Marumi at nababalot pa ng kaingayan.

Hindi ko na nga maalala kung kailan kami huling nag saya.

Napadaan naman ako sa tulay na pinagbabawal.

Pinagbabawal daw ito dahil napaka delikado. Balita ko marami ng nasawing buhay sa bulok na tulay na ito.

Ewan ko pero biglang automatikong nag lakad ang mga paa ko para pumunta sa tulay na yon.

Namanhid ang buong katawan ko matapos makita ang lalim ng pagbabagsakan ko kung sakaling malaglag ako rito. Siguradong hindi ako makikilala pag nalaglag ako.

Bigla kong naramdaman ang panghihina sa buong katawan. *Katapusan ko na ba? Hanggang dito nalang ba ang buhay ko?* Bulong ko sa sarili ko.

Marahan akong umiyak at tinanggap nalang ang aking kahihinatnan. Siguro nga hanggang dito nalang ako. Bumuhos pa ng sobra ang mga luha ko.

Paalam inay, paalam itay mahal na mahal ko kayo. Buboy... Christel... Mga kapatid ko, patawarin niyo sana ang gagawin ni ate......

Disidido na ako. Gusto ko nang tapusin ang paghihirap ko. wala rin namang saysay kung mabubuhay pa ako. Hindi ko rin alam kung anong gusto ko. Wala akong pangarap sa sarili, sa maikling salita. Walang mawawala pag nawala ako.

Akmang tatalon na ako ng may humigit sa katawan ko papalayo sa tulay. "Aray" Daing ko. Pero imbis na masaktan ang babaeng humila saakin ay tumawa lang ito. "Sakit 'non ah!" Reklamo niya saakin habang nag pa pagpag.

"Tatalon ka? Malamlim 'yan. Hindi ka bubuhayin n'yan" Dagdag nito. Tinakot niya niya ako.

Alam kong malalim yan, hindi ko naman tatalunan kung mababaw. Gusto ko yung patay na talaga ko hindi yung ipupunta pako sa hospital para gamutin. Wala na nga kaming pang bayad sa renta ng bahay pang pa hospital pa kaya? Mababaon na naman kami kung nagkataon.

"Sino kaba?" Tanong ko sa kanya.

"Sino? Ako ba ang tinutukoy mo?" Gulat na tanong nito sa sarili.

"Malamang sino ba kasama ko rito?" Lumawak naman ang ngiti nito saakin.

"Ikaw talaga!" Iling-iling nitong sabi. Maganda ka bakit mo sasayangin ang buhay mo?" Nagsimula na naman mag bagsakan ang mga luha ko. Napayuko nalang ako sa hiya.

Napakalambot ko talaga. Kaunting tanong pa lang nagbabagsakan na agad ang mga luha ko.

Hindi ko alam ang idadahilan ko. Paano na'to. Ayoko naman mag kwento tungkol sa buhay ko dahil baka mamaya iwasan niya rin ako.

"Wala, wala lang 'to. Pagod lang siguro ako kaya nagawa kong tangkain na tumalon" Tinaasan pa ako ng kilay nito dahil sa sinagot ko. Sino ba naman matutuwa sa sagot ko? Mag papakamatay ako tapos ang idadahilan ko.

'Wala lang to?'

"Sus, ano nga? Problema sa bahay? School? Financial? Sabihin mo lang makikinig ako." Napatingin naman ako agad dito. Siya ang unang taong makikinig sa problema ko.

Walang salitang lumabas sa bunganga ko dahil sa totoo lang lahat yon. Lahat nang nasabi nya ay problema ko, namin.

Ayoko, ayoko mag kwento dahil natatakot akong husgahan niya rin ako.

"Ayos lang kung hindi ka mag ku-kuwento" maya-mayang sabi nito, sabay ngiti sa akin. "Ano nga palang pangalan mo?" Biglang tanong nito.

Hindi ko na sana siya sasagutin at mananahimik nalang. Pero sa totoo ang gaan ng pakiramdam ko sa kanya.

"Beatrice." Mahina kong bulong. Hindi ko nga alam kung bakit ayan ang pinangalan saakin. Hindi ko rin alam ang ibig sabihin nito.

"B, E, A, T, R, I, C, E?" Isa-isa niyang binanggit ang letra ng pangalan ko at na mamanghang tumingin saakin.

Naguguluhan ko naman siyang tinignan.

"Anong meron bakit ganyan ang reaksyon mo?" Tanong ko sa kanya. Hindi mapinta ang mukha niya sa kakangiti mukha na siyang ewan.

"Ang ganda naman ng pangalan mo. Alam mo ba ang ibig sabihin niyan?" Nakangiti nitong tanong.

Napangiti naman ako sa sinabi niya. Ngayon ko palang narinig 'yan.

"Uyy, ngumingiti na sya ayiee." Inaasar pa ako nito sa pag-ngiti ko.

"Ano bang ibig sabihin ng pangalan ko?" Balik tanong ko sa kanya.

"Hindi mo alam?" Inilingan ko ito para sabihing hindi.

"Kaligayahan." *Kaligayahan?*

"In english Happiness. Maraming ibig sabihin 'yann pero 'yan yung pinaka meaning." Paliwanag niya saakin. Paano niya naman kaya nalaman?

"Ikaw?" Gusto ko rin malaman ang pangalan niya. Sa ganda niya panigurado akong sobrang ganda rin ng pangalan niya.

"Anong ikaw?" Naguguluhan niyang tanong. Tinuro niya pa ang sarili niya para sabihin kung anong ibig kong sabihin.

"Ikaw, anong pangalan mo?" Paglilinaw ko.

"Ahh, ikaw naman eh, buuin mo kasi hindi yung mag sasabi ka ng "ikaw" god Bea." Bea?

"Bea?" Sino naman si bea?

"Bea, short for Beatrice ano ka ba! Kaloka ha!" Natawa naman ako sa reaksyon niya.

"Sorry hindi lang ako na sanay sa ganyan." dahil Trice ang palayaw ko at minsan wala nga. Beatrice lang talaga.

"Miracle." Nawala pa ako sa sarili dahil sa pag banggit niya ng pangalan ng kung sino. Doon lang ako nalinawan na yung binanggit niya pala na pangalan ay ang pangalan niya.

Sabi ko na nga ba napakaganda ng pangalan niya. Sa awra niya palang ay halata na. Makinis at sobrang puti niya halatang galing sa mayaman na pamilya.

Pano niya kaya natitiis kausapin ang isang dukhang katulad ko?

"Natulala ka yata? Napangitan kaba sa pangalan ko?" Nakanguso nitong tanong. "Wala, naisip ko lang bakit mo ako tinulungan?" Ngumiti muna ito ng mapait bago ako sagutin.

"Nakatambay kasi ako rito. Ayoko naman makakita ng live na magpapakamatay sa harap ko diba?" Tumayo pa ito at nag pagpag ng sarili.

Saan siya tumatambay dito?Hinddi ko na siya tinanong kung anong ginagawa niya rito. Hindi naman kami sobrang close at kakakilala palang namin sa isa't-isa baka mamaya isipin niya chismosa ako.

"Tara?" Inalok pa nito ang kamay niya para tulungan akong tumayo.

Tinanggap ko naman yon para makatayo at sabay pagpag sa sarili.

"Anong tara?" Lagi nalang akong naguguluhan sa kanya.

"Tara sa perya!" Malungkot ko siyang tinignan at mapait na nginitian.

"Hinahanap na siguro ako ng magulang ko." Hindi ko lang masabi na wala akong pera na ipang gagastos para roon at kung meron man, hindi ko roon uubusin.

"Tara na." Tinalikuran ko na sita at nag simulang humakbang papalayo.

Hinabol ako nito at mahigpit na kinapitan sa kamay.

"Ano kaba? Pagkatapos kitang tulungan aalisan mo ko?" Malungkot nitong sabi. "Pasensya na, wala kasi akong pera." Nakakahiya man, pero sinabi ko sa kanya ang dahilan. Sumilay naman ang mga ngiti sa kanyang labi.

"Ay? Sinabi ko bang magdala ka ng pera? Libre ko naman!" Nabuhayan naman ako sa sinabi niya. Libre niya ?

Hindi ko alam pero kusang bumagsak ang mga luha ko at masayang tumingin sa kanya.

Sa buong buhay ko, siya palang ang ka una-unahang trumato ng ganito sa akin. Walang pang didiri nya kong tinitignan at pakiramdam ko..

Masaya siya na kasama ako at ganon din ako sakanya.

Kabanata 3

"*If no one's proud of you, be proud of yourself.*"

Sobrang saya ko! Ngayon na lang ata nangyari ito sa buong buhay ko.

"Tara, don naman tayo sa teddy bear!" yaya saakin ni Miracle. Hawak-hawak pa nito yung kamay ko kaya mas lalong lumawak ang ngiti ko sa kanya.

Halos makaladkad na nga ako sa paghila niya dahil ang bilis nyang maglakad. Pero ayos lang sakin yon masaya naman ako sa ginagawa niya .

"Pa'no ba ito?" Inosente kong tanong sa kanya. Ngayon lang ako nakapunta rito. kaya hindi ko alam kung paano laruin ang mga laro rito.

Kanina pa siya natatawa sa kainosentehan ko. Kahit ako, natatawa ako sa sarili ko.

"Ang ignorante mo naman, ngayon ka lang ba nakalabas sa bahay? Pati sa pag sakay natin sa escelator nanginginig ka pang sumakay!" Asar nito saakin. Natakot lang ako dahil biglang gumalaw yung hagdan.

Hindi ko alam na natural 'yon. Meron pa nga kaming nasakyan na parang pumasok kami sa kwarto at umugong paitaas. Akala ko ipupunta kaming ibang dimension ayon pala sa ikatlong palapag lang.

"At, ang mas nakakatawa pa ron" Dagdag niya, habang nakahawak sa tiyan dahil natatawa na agad siya.

"Ano?" Kunot-noo kong tanong.

"Tinanggal mo yung tsinelas mo bago ka sumakay!" Humalakhak pa ito ng nakakaloko. "Mabuti na lang napansin ko at nakuha ko kaagad." Napapikit na siya sa kakatawa. Ang ganda niya kahit saang anggulo lalo na kapag tumatawa siya, nakakagaan ng loob. Marami sigurong nanliligaw sa kanya.

"Anong iniisip mo d'yan? Tulala ka na naman." Niyugyog pa ko nito para mabuhayan. "Wala." Iling kong sabi.

"Iniisip mo na naman yung kanina? Bakit ka nga pala tatalon doon? Wala ka na bang pamilya?" Sunod-sunod na tanong nito.

Tinignan ko lang siya at bumuntong hininga bago sumagot.

"Meron akong pamilya." Buntong hininga kong sabi sa kanya.

"Oh? Meeron naman pala, hindi mo ba alam na masasaktan sila ng sobra pag tumuloy kang tumalon doon?" Sermon nito saakin.

Maluluha-luha ko siya tinignan. Pinunasan ko pa ang mga luha ko bago sagutin siya.

"Pakiramdam ko, wala silang pakialam kahit mawala ako....pakiramdam ko hindi sila proud saakin. Pagod na pagod na ako sa totoo lang sa buhay na meron ako." Lakas loob kong kwento. Nag simula na naman akong maging emosyonal.

Niyakap pa ko nito at naramdaman ko ang lamig nya. Kita ko rin sa mata niyang naluluha siya pero pinipigilan niya ito.

Hinawakan ako nito sa dalawang balikat bago nag salita.

"K-kung.. walang may proud sayo.. maging proud ka sa sarili mo. Hindi solusyon ang pagpapakamatay, Bea." Hirap pa siya sa pagsasalita dahil pigil na pigil niya ang luha niya.

Tama siya. Ang galing niya. Siguro napaka swerte niya ngayon sa pamilya niya.

"May problema ka ba sa bahay niyo? Sa school? Sa financial? Kaya mo magagawa 'yan?" Ulit niya sa tanong niya kanina nung nasa tulay pa kami.

Ayaw ko sana sya ulit sagutin. Pero sa tingin ko hindi niya naman ako huhusgahan tulad ng inisiip ko kanina.

"Lahat." Sagot ko na mahina.

"Anong lahat?"

"Lahat 'yan problema ko." Nagulat pa siya sa sinabi ko pero binago niya kaagad ang expression niya.

Ngumiti ito saakin at hinawakan ang dalawa kong kamay pinipisil niya pa ito para siguro gumaan ang loob ko.

"Hayaan mo, kaya nga ako nandito para pasiyahin ka." Hinila pa nito ulit ang aking kamay para ayain sa ibang palaruan.

Ang saya! Ang lalaki ng mga palaruan at ang lawak ng lugar kasing lawak ng ngiti ko na dinadagdagan ng napaka lamig na hangin.

Tuwing nararamdaman ko ang simoy ng hangin, pakiramdam ko nakalipad ako habang niyayakap ako nito.

Ganito pala ang pakiramdam na wala kang iniisip na problema kahit sandalian lang. napaka saya.

Napakasarap maging malaya at mabuhay ng walang problema kahit panandalian lamang.

Pinapanood ko nalang siya mag-saya. Hindi ko na alantana ang oras kaya nabigla ako ng makitang madilim na.

Hinintay ko muna siyang bumaba sa kabayo na naandar. Para naman makapag paalam ako sa kanya.

Nang makababa ito ay dali-dali akong lumapit para sabihin na uuwi na ako dahil madilim na. Sigurado akong mapapagalitan ako nito. "Mira!" tumatakbo kong tawag sa kanya.

"Bakit Bea?" Masaya nitong tanong. Na-enjoy niya siguro ang pagsakay sa kabayo na umiikot.

Hindi ko alam kung paano ako mag papaalam dahil baka mamaya ay hindi na kami muling magkita.

"Oy, ano yon?" Kinalabit pa ako nito dahil hindi ko mabuka ang bibig ko. Ewan ko pero parang ayoko pang umuwi. Pero 'pag hindi naman ako umuwi tiyak na papagalitan ako.

"Uuwi na ako, madilim na kasi baka pagalitan ako." Malungkot kong paalam sa kanya. Kita ko na lumungkot din ang mga mata nito pero wala akong magagawa kailangan ko na talagang umuwi. "Ganon ba? Sayang naman marami pa sana tayong papasyalan." Buntong hininga nitong sabi.

"Siguro sa susunod nalang pag nagkita ulit tayo?" Pinilit ko Siyang pasiyahin dahil kanina siya ang nag papasaya sa kin pag malungkot ako. At ngayon na malungkot naman siya sa tingin ko oras ko na para mapasaya siya.

"Sana nga magkita pa tayo." Mahinang bulong nito sa sarili, pero rinig ko.

Hindi ko alam kung anong ibig sabihin nya, baka akala niya susubukan kong tumalon ulit sa tulay. haha hindi na mangyayari yon.

"Huwag ka mag alala, pangako, hindi ko susubukan tumalon ulit sa tulay."

" Dapat lang, 'wag muna gagawin ulit yon ha." Suway nito saakin. Nag tawanan naman kami at sabay lumabas sa peryahan.

"Pano ba 'yan dito na ako ha." Hinatid niya ko mula sa kanto ng bahay namin at tanaw ko narin ang bahay namiing magulo.

Himala nga na hindi masyado maingay ang bahay namin ngayon dahil nakakahiya kung magkataon na maingay ang bahay namin at rinig nya mula rito sa pwesto namin.

Pansin ko ang na mumuoong luha sa mga mata niya. Alam ko naman na ma miss namin ang isa't-isa kahit ngayon palang kami nagkita

"Wag kana umiyak. Mag kikita pa naman tayo." Pagpapatahan ko sa kanya. Ito ang laki-laki na pero iyakin parin mabuti't wala masyadong tao ngayon baka isipin inaway ko to. Haha.

May kinuha itong papel sa bulsa at inabot saakin.

Naguguluhan man pero tinanggap ko yon. "Address yan ng

bahay ko." Ngumiti ako sa sinabi niya. Kaibigan na talaga

ang turing nya saakin. Nakakagaan ng loob.

"Puntahan mo ha, bisitahin mo rin ako at sabihin mo sa pamilya ko maahal na mahal ko sila." Hagulgol nitong sabi. Hindi niya na mapigilan maiyak. Ewan ko pero kahit ako nahahawa sa iyak nya.

Pinunasan ko ang kaunti kong luha at niyakap siya.

"Sabihin mo sa mga magulang ko, mahal na mahal ko sila ha? At sorry sa ginawa ko." Hindi ko man siya maintindihan pero tumungo nalang ako at niyakap siya ng mahigpit bago iwan.

Nag pasya kami na bumitaw sa yakap ng isat-isa.

"Hanggang sa muli nating pagkikita Beatrice..."

Narinig kong sigaw niya habang nakatalikod ako. Kakaway pa sana ako sa kanya bago mag pa tuloy pero nawala na agad siya kaya masaya akong naglakad paharap sa bahay namin.

Kabanata 4

"*We all die that's the reality of our life, enjoy our lives.*"

Masarap ang naging tulog ko dahil sa ka una unahang pagkakataon ay walang ingay na naganap sa loob ng pamamahay namin.

Pag kauwi na pag kauwi ko kagabi ay lahat sila hinihintay ako para makasabay sa pagkain. Hindi ako nakakita nang pinapalo hindi ako nakarinig nang sinisigawan at umiiyak at mas lalong hindi rin ako nakadanas nang pananakit galing kay itay.

Araw ngayon ng lunes at may pasok na naman ako. Pakiramdam ko napakagaan ng loob ko.

Naalala ko pa yung papel na binigay sa kin ni Miracle kagabi bago kami maghiwalay. Naging emosyonal pa nga ang pag alis niya. Siguro nahawa ako sa iyak nya kaya ganon. Napaiyak din ako.

Akala niya siguro huli na yong pag kikita namin pero hindi niya alam, su surpresahin ko siya sa bahay nila mamaya pagkatapos ng klase.

"Amante 3, Villa Mañas 023 Subdivison." Basa ko sa address nila.

Villa Mañas? Malapit to sa peryahan ah? Yung subdivision dono na puro mayayaman ang nakatira.

Naawa tuloy ako bigla sa kanya dahil ang layo pa ulit ng nilakad niya para makauwi. Kahit na alam niya na hindi na sana siya lalayo pa kung hindi na nyako hinatid.

Napalitan tuloy ng lungkot ang mukha ko nang ma realize na mayaman pala talaga siya. Hindi ko alam kung papapasukin ako sa tinitirahan niya. Sana naman papasukin ako.

Masigla akong pumasok sa room namin, pinagtinginan pa ko ng iba dahil sumisilay sa mukha ko ang kasiyahan. Hindi tulad noon na halos nakayuko na ko kung pumasok para lang hindi nila mapansin.

"Masaya ka yata ngayon?" Bulong sakin ni Chrisha ang katabi ko sa upuan. Hindi ko to sinagot at nananatiling nakangiti habang hinihintay ang pag dating ng guro namin.

Ngayon araw kolang tinanggihan ang rekwes nila na ipagsulat ko sila ng mga pinapasulat samin. Ewan ko ba pero parang simula kahapon nabago ang takbo ng buhay ko. Binigyan din naman ako ni itay ng baon ngayon, sa kauna-unahang pag kakataon.

Nagulat pa ako ng abutan niya ko kanina pero tinaggap ko agad dahil kailangan ko din

Maraming nakapansin nang pagbabago ko pati ang mga guro namin dahil nga siguro guhit na guhit sa mukha ko ang pagkasaya. Excited lang ako na makita ulit si Mira.

Hindi na ko mapakali ng lumipas ang ilang oras at isang subject na lang ay uwian na. Masyado akong nagagalak na sorpresahin sya.

Matutuwa kaya siya? Panigurado akong oo dahil sa tingin ko parehas naming natagpuan ang kahulugan ng pagkakaibigan sa isa't-isa.

"Anong meron ang saya mo ata?" 'Pag tataray na tanong ni Daniella. Hindi ko sya pinansin tulad ng ginawa ko kay Chrisha. Ayokong masira ang araw ko ngayon ng dahil lang sa kanya.

"May boyfriend na yata!" Singit ng kasama niya. Gulat ko pang tinignan ang nagsabi non at napailing nalang.

Tignan mo nga naman ang mga tao ngayon. Ngumiti ka lamg mag-iisip na agad ng kung ano ano.

Hindi ba pwedeng gusto kolang maging masaya?

"Tara na nga. Syaka if ever na may bf yan asa pang totoo yon. Baka pag laruan lang siya haha." Dagdag ni daniella bago umalis.

Wala naman pati sa bokubularyo ko ang mag ka asawa at anak. Sino ba ang nag kalat na gusto ko.

Dali-dali akong tumakbo palabas ng marinig ang tunog ng bell hudyat na tapos na ang klase sa araw na ito.

Hintayin mo ko Mira dahil sa oras nato magkikita na ulit tayo!

Dumaan pa ko sa bilihan ng mga tsokolate para may pag sasaluhan kami mamaya. Sinadya kong hindi gumastos kanina sa recess para naman ako ang manlilibre sa kanya. Pang bawi na rin sa libre niya sakin kagabi at pag sagip sa buhay ko.

Kinuha ko na sa bag ko ang papel na binigay niya na laman ang address niya.

"Saan ka pupunta?" Harang sakin ng guard. Kamot ulo akong tumingin sa kanya at binigay ang papel na adress ni Mira.

"Ahh, sige pumasok kana!" Masya ako dahil nakapasok agad ako nang ganon ganon lang. Buong akala ko pa naman ay mahihirapan akong pumasok dahil sa itsura ko.

Naka uniform lang ako pang pasok pero malinis naman ako tignan.

Natagalan pa ko bago mahanap ang bahay nila Mira. Hindi pa ako makapaniwala ng mahanap ko iyon.

Tinignan kopa pa balik-balik ang nakasulat sa papel para masigurong nasa tamang lugar ako.

Ang ganda... walang sinabi ang bahay namin. parang ang sukat at lawak ng bahay namin ay banyo lang nila.

Sa laki ng bahay nila paniguradong napakaganda nito sa loob.

Masaya akong pumindot sa doorbell nila at maya maya ay may lumabas na babaeng napakaganda.

Nanay ba siya ni Mira? Siguro oo dahil mag kamukha sila at mag kasing ganda. Matanda man siya tignan pero kitang kita ang kakaibang awra sa mukha niya. "Yes?" Bungad saakin nito. Kinabahan pa ako dahil mukha siyang masungit. "Ako po si Beatrice." Pagpapakilala ko.

"Okay, Hi Beatrice. Anong sadya mo?" Malambing ang boses nito na namana sa kanya ni Mira.

"Nandyan po ba si Mira?" Nakangiti kong tanong. Kita ko pang nag bago ang pustura ng mukha nito dahil napalitan ang kanina nyang nakangiting mukha ng may bahid ng lungkot at namumugtong luha sa mata.

"What.. are you talk-ing.. about? Matagal ng patay ang anak ko!"

Kabanata 5

"*Remember, When it starts hurting, Life is trying to teach you something.*"

"What.. ar are you talk-ing.. about? matagal ng patay ang anak ko!"

"What.. are you talk-ing.. about? matagal ng patay ang anak ko!"

"What.. are you talk-ing.. about? matagal ng patay ang anak ko!"

"What.. are you talk-ing.. about? matagal ng patay ang anak ko!" Ilang beses nag pa ulit-ulit sa pandinig ko ang mga salitang yon. Nabitawan ko pa ang dala kong mga tsokolate at nanginginig na tumingin sa kausap ko.

"Ano...po-ng.. sinasabi.. niyo? Kasama ko pa po siya kahapon." Pinilit kong umayos ng pag sasalita dahil ang sikip na ng dibdib ko.

Ano ba to? Bakit nya nagagawang mag bitiw ng ganyang salita! Nakakapanghina. Sa lahat ng ayoko ang makarinig ng hindi magandang biro lalo na sa taong nagpasaya sa buhay ko.

"Kahapon?" 'Pag kukumpirma ng mommy nya. Tumungo ako rito at pilit nilalabanan ang masama niyang biro.

"Isang taon ng patay ang anak ko. Paanong nangyaring nakita mo siya kahapon?" Napatakip pa to ng mukha at napaupo sa iyak. May tumakbo pang mga kasambahay para alalayan ito.

'isang taon na syang patay?' kahit ako ay nanghina at tuluyan nang bumagsak sa sahig. Para akong nilumpo at tinanggalan ng bahagi ng katawan sa balitang narinig ko.

Hindi ko magalaw ang katawan ko, pakiramdam ko namanhid ako. May mga umalalay din saakin papasok at dinala ako sa kanilang sofa.

Inabutan pako ng malamig na tubig upang mahimas-masan.

"Saan kayo nagkita ng anak ko, anong sinabi nya sayo? masaya ba sya?

Okay lang ba yung anak ko? Nahihirapan ba siya ngayo-" Naputol siya sa sunod-sunod na pagtatanong nang yakapin siya ng lalaking may katangkaran at may itsura kung hindi ako nagkakamali asawa niya ito.

"Hon, enough." Bumagsak pa lalo ang mga luha ng Mommy ni Miracle. Ewan ko pero nasasaktan rin ako.

Nakakabaliw. Hindi ako makapaniwala sa mga nangyayari. Totoo ba ito? O panaginip lang?

Sinampal ko pa yung mukha ko na kinagulat ng lahat. Gusto kong magising kung panaginip lang ito pero hinde e. Hindi ito panaginip dahil nasaktan ako.

Unti-unti na naman nag unahan ang mga luha na nag babadya sa mga mata ko. Sa oras na to parang nabunutan ako ng tinik sa katawan dahil hindi kona naman magalaw ang mga braso ko para na naman akong tinanggalan ng kaligayan sumaya.

Lord bakit naman ganito?

Kung alam ko lang na ganon ang mangyayari hindi ko na sana hinayaang umalis siya sa tabi ko. Hindi ko na sana hinayaan na magkahiwalay kami.

Kaya pala ganon siya kung umiyak. Kaya pala nasabi niya na sana mag kita pa kami. Kaya pala nasabi niya yon dahil hindi na kami magkikita magpakailanman.

Kakatwa man kung isipin pero isang patay ang bumago sa buhay ko. Isang patay ang nag ligtas ng buhay ko. Isang patay na nag bigay inspirasyon para bumangon akong muli. Isang patay na kauna-unahang nagparamdan saakin na masarap akong kasama at isang patay na naramdaman kong hindi ako hinuhusgahan at tinuring akong isang tunay na kaibigan.

"S-saan... kayo nagkita ng anak ko..." Umiiyak na sabi ng mama niya.

Napasinghot pa ako bago sumagot.

"Sa tulay. Sa pinagbabawal na tulay po." Buong lakas kong sabi. Mas lalong lumakas ang iyak nito nagkatanginan pa ang mag asawa bago ako kausapin ng papa ni mira.

"Pinagbabawal na tulay? Yung malapit sa ilog bandang peryahan?" Maayos niya akong tinanong habang hawak-hawak nang mahigpit sa kamay ang kanyang asawa.

Tumungo ako dito habang umiiyak. Parang nag flashback sakin ang mga nangyari samin kahapon.

Yung paghila niya na labis kong kinagulat at pagngiti niya sakin na hindi kona makikita't mararanasan muli kailan man.

"One year ago, nagkasagutan kami ng anak ko." Nagulat pa ako ng magkwento ang Daddy ni Mira.

"Hindi ko naman alam na may tampo siya samin ng Mommy niya. Hindi ko alam. Next morning when i visit her room para ayain sana sya mag breakfast may nakita akong letter.... Nakaramdam na ako ng ka ba non. Hinanap ko agad siya pero wala. Hindi ko sya makita." Tumindi ang nababalot na emosyon sa bahay na ito.

Pati ang mga kasambahay ay nag iiyakan na rin sa kwento ng papa ni mira.

"All of us were shocked when we heard on the news that there's a girl na tumalon sa tulay. Hindi ko man masabi noon pero iba na talaga ang pakiramdam ko non. And then, one day sumalubong samin ang bangkay na katawan ni Miiracle. Sa pinagbabawal na tulay.. doon sya huling nakita ng mga tao. Doon rin siya tumalon." Kaya pala nung tinanong ko kung bakit sya nandon ang sinabi niya ay nakatambay. Ayon pala. Ayon ang dahilan kung bakit sya nandon dahil, doon siya namatay at binawian ng buhay.

Halos nakatulog na ang mama ni miracle sa iyak. Mag ga-gabi narin kaya napagpasyahan ko nang mag paalam upang umuwi.

Masakit man isipin na wala na pala yung taong pinaramdam sakin na special ako. Masaya pa rin ako dahil kahit papano ay nagawa nyang pasayahin ang buhay ko kahit saglit lang na panahon lang.

Nahimasmasan narin ako at hindi na masyado halata ang maga ng aking mga mata dahil sa kakaiyak.

"Paano ba 'yan? Hindi na kita mahahatid kailangan kong asikasuhin ang asawa ko." Mahinahon na sabi sakin ng papa ni Miracle. Marami pa sana akong gustong itanong gaya ng may problema ba sila dito sa bahay nila kaya nagawa ni Miracle tapusin ang buhay niya? At kung ano ang laman ng sulat ni Miracle sa kanila. Impossible naman kasi na nag away lang sila ay magagawa na nya agad yon.

Oo nga pala.

"Sir." Tawag ko sa Daddy ni Mira bago ito pumasok sa loob.

"Hmm?"

"May pinapasabi nga po pala si Miracle sainyo." May pinapasabi pala si miracle pagkabigay niya ng papel na address nila.

"Ano 'yon?" Tanong nito at tinignan ako na parang hinihintay niya rin ang sasabihin ko. Alam ko simpleng salita lang to pero iba ang magiging dulot nito para sa kanila.

"Mahal na mahal niya raw po kayo at pinagsisisihan niya ang ginawa niya." Ngayon naiintindihan ko na kung ano ang ibig niyang sabihin nung sinabi niya 'yan.

Napaluhod naman ang Daddy ni Mira kaya dali-dali ko itong nilapitan.

"Ayos lang po kayo?!" Inalalayan ko pa ito dahil nakita ko na nanghina siya matapos marinig yon.

Kitang-kita ko pa kung paano niya pigilan ang luha sa mga mata niya dahil namula agad ito kasabay ng pag pula ng mukha niya.

"Yeah, I- i can handle this you can go, baka gabihin ka pa." Tumungo nalang ako sa kanya at tinahak na ang daan pauwi saamin.

Nang makarating ako sa kanto ng bahay namin ay pansin ko ang pagkakagulo ng mga tao. Anong meron? bakit may mga pulis?

Narinig ko pa ang malakas na iyak ni Mama kaya dali-dali akong tumakbo papasok ng bahay at naabutan ko ang

Wala ng buhay na katawan ni itay....

Kabanata 6

"Everyone has untold stories of pain and sadness that make them love and live a little differently than you do. Stop judging. Instead, try to understand."

"Beatrice..." Umiiyak na bungad saakin ni Mama. Agad ako nitong niyakap ng mahigpit.

"Ano... anong nangyari Ma?" Yun nalang ang lumabas sa bibig ko bago mag pabalik-balik kay mama at itay ang mga mata ko.

"Ang itay mo.." Umiiyak na sabi nito.

Natulala ako at parang na blanko. Anong nangyayari sa buhay ko bakit naman ganito? Jusko, Itay!

Bakas sa mukha ni itay ang pagkalungkot at pagkabigla sa nangyayari. Bakit naman kailangan umabot sa ganito? Hindi ko kayang makita siyang naka higa lang ng ganyan sa harap ko. Habang umiingay ang paligid parang nandidilim naman ang paningin ko. Bakit naman ganito? Bakit...

"Anak, patawarin mo sana ang Itay." Biglang may liwanag na lumabas sa pintuan at andon si itay. Buhay na buhay na nakatayo at nakangiti pa ito habang tumutulo ang mga luha sa pisngi.

Tatakbo sana ako para yakapin sya ng mahigpit kaso sinenyasan ako nito na huwag akong lumapit.

"Patawarin mo si itay kung hindi ko kayo nabigyan ng magandang buhay." Umiiyak na sabi nito. Bakit ba siya gan'yan? Kahit hindi maganda ang buhay namin hindi naman ako nag tanim ng sama ng loob sa kanya at hindi ako kailan man nagalit sa kanya dahil lang magulo ang buhay namin.

"Araw-araw kong sinisisi ang sarili ko dahil sa nangyari sa atin. Ako lahat ang may kasalanan nito. Hindi ko natupad ang pangako namin sa isa't-isa ng mama mo. Sinubukan ko naman na gawin ang lahat pero hindi anak e. Parang ang landas ang sumusubok sa buhay natin kaya nanatili tayong ganito." Napaiyak ako sa sinasabi niya.

"Patawarin mo si itay sa ginawa ko sayo, sa mga kapatid mo." Unti-unti akong natauhan sa ginagawa ni itay. Hindi. Hindi ito totoo, hindi pa. Hindi pwede!

"Patawarin mo ako anak. Mahalin mo ang mga kapatid mo at alagaan mo sila ng mabuti." Anak? tama ba ang narinig ko? Ngayon ko lamang ito narinig mula sa kanya.

Itay...

Lumiwanag pa ng sobra hanggang sa hindi na ko makakita pa at tuluyan nang nawala si itay sa paningin ko.

Hindi ito totoo hindi to pwede. Hindi ka pa patay itay.

Naramdaman ko ang malamig na tubig sa noo ko kaya nagising ako.

Masakit man pero minulat ko ang mga mata ko na may bahid ng luha sa mga mata at unti unting nilibot ang paligid.

"Ayos ka lang ba anak?" Tanong saakin ni Mama. Marahan akong tumungo sa kanya kahit na ang totoo ay hindi ako ayos. Hindi ko na gusto ang nangyayari sa buhay ko.

Bakit naman ganito? Sumaya lang ako ng isang beses ang dami ng nawala sa buhay ko. Bawal ba akong sumaya? Kahit saglit lang?

"Magpahinga kana, ako na ang bahala sa mga bisita." Tumayo na si mama para asikasuhin ang mga bisita sa burol ni itay.

Ang kwento sakin ni Mama ay habang hinahantay nila ako para sana sabay sabay kumain ay may mga armadong nag si pagpasukan saamin at agad na binaril si itay.

Mabuti na nga lang daw sila lang ni itay ang nasa sala dahil kung nasa sala pati ang mga kapatid ko ay baka hindi lang si itay ang tamaan ng baril.

Hindi pa rin ako makapaniwala sa mga nangyayari. Una si Mira. Tapos ngayon si itay. Sino naman ang susunod?

Naayos na agad ang burol ni itay at narinig ko sa usap-usapan habang nasa kwarto ako na dalawang araw lang ibuburol si itay sa kadahilanan na wala kaming pera para tumagal ang burol.

Ang sakit. Sobrang sakit. Nakakapanghina. Kung ganito lang naman ang mangayayari matapos kong sumaya mas pipiliin ko nalang maging malungkot habang buhay.

Naalala ko tuloy yung sinabi ni Miracle na ang ibig sabihin ng pangalan ko ay, Happiness..

Malaking kalokohan. Baka kabaliktaran ang ibig sabihin nito.

Hindi nakilanlan ang bumaril kay itay dahil usap-usapan na may atraso raw si itay na ginawa kaya binalikan siya ng mga ito. Kung ano mang atraso yung ginawa ni itay, hindi tama ang ginawa nila.

Pagbabayarin ko sila sa ginawa nila sa itay ko. Wala silang karapatan para tanggalin ang buhay ni itay. Darating din ang araw na luluhod sila sa harapan ko at magmamakaawa sa awa ko.

Walang alinlangan akong tumayo at inasikaso ang mga bisiita. Hindi pwedeng hihiga-higa lang ako rito. Kailangan kong kumilos.

Ngayong wala na si itay, bilang panganay ako na ang mag sisilbing ama sa mga kapatid ko. Hindi ko hahayaan na magiging magulo pa ang buhay nila, namin.

Maraming nagulat sa paglabas ko hindi ko sila pinansin at nag pokus sa pag asikaso sa kanila. Maraming dumalo. Natutuwa nga ako dahil mayroon din mga nag abot tulong sa pamilya ko.

Pilit kong nilalalabanan ang pagiging emosyonal ko dahil bakit ngayon lang? Bakit ngayon lang nila naramdaman na kailangan namin ng tulong!

Lumipas ang ilang araw at ngayon na ang araw na huling beses naming makikita si itay. Para akong pinapatay sa iyak ng mga kapatid ko. Sobrang sakit. Oo, nasasaktan sila ni itay pero iba na ang pakiramdam ng mawalan ng tatay. Mas masakit siguro para sa kanila yon.

Kinontrol ko ang sarili ko na hindi umiyak para sa mga kapatid ko. Ayoko nang dumagdag sa isipin nila at ayoko rin makita nila na mahina ako.

Kailangan nilang makitang malakas ako. kailangan kong maging malakas para sa kanila. "Ate saan ka pupunta?" Umiiyak na sabi ni Buboy. Matapos mapansin na paalis ako.

"Wa..laa jan lang mag baban-yo." Basag na ang boses ko dahil hindi ko mapanghawakan ang mga salita ko. Hindi ko kaya, hindi ko pala kayang...

hindi umiyak.

"Itay!" Mahinang daing ko pagkapasok na pagkapasok sa banyo.

Pano na ito? Kaya ko ba?

Masakit man isipin na wala na talaga si itay, at kahit nanghihina ay lumabas ako para harapin ang reyalidad. Reyalidad na puro delubyo ang dulot sa buhay ko, namin.

Matapos malibing ni itay ay halata parin ang pagdadalamhati ng pamilya ko. Masakit iyon para samin kahit ganon ang trato ni itay.

Tanggap ko naman na pahiram lang si itay ng may kapal. Ang hindi ko tanggap kung paano siya kinuha.

Wala ng mas sasakit pa sa taong mamatayan ng minamahal. Mahirap man harapin pero ito ang tunay, parte ito ng ating buhay ang mamatay.

Kabanata 7

"*Stop talking about your problems and start thinking about solutions.*"

Galing man sa masakit na pangyayari. minabuti ko parin ang maka pag-aral.

Dahil ito lang ang tutulong sakin para makaahon kami sa buhay. Nakakasiguro rin ako na ito ang susuporta saakin para suportahan ang mga kapatid ko.

May bahid man ng luha ang aking mga mata pinilit ko parin na bumangon ng maaga para pumasok sa eskwelahan. Wala man si itay kaya ko parin ipagpatuloy ang aking buhay. Para narin sakin at sa mga kapatid ko.

Kailangan nila 'ko, lalo na ngayon na ganito na ang sitwasyon namin.

Napangisi tuloy ako ng bumaling na naman saakin ang sakit na naranasan ko.

Ang gulo't lungkot na nga ng buhay namin mas lalo pang nadagdagan. Ganito ba talaga ang buhay? Hindi naman ganito ang buhay ng iba ah. O, baka saamin lang talaga.

Sa lahat ng tao sa mundo bakit kailangan kami pa? Bakit kailangan kami pa ang dumanas nito.

May ginawa ba kaming masama? Kung tutuusin mas masama pa ang ginagawa ng iba kesa sa ginagawa namin.

Mabait naman kami, pero bakit nasa ganitong sitwasyon kami?

Natahimik ang lahat nang pumasok ako sa aming silid. Nabalitaan siguro nila ang pagkamatay ni itay.

Nakakatakot.

Yukong-yuko ang aking ulo habang tinatahak ang direksyon ng upuan ko. At ng marating na ito napabuntong hininga pa akong umupo sa upuan ko at sinadyang maharang pumasok sa aming silid.

Hindi ko alam kung mahihiya ba ko o ano ang mararamdaman ko. Pero wala e. Buhay ko to. Kailangan kong ayusin para sa kinabukasan ko.

Ayoko sanang pumasok ngayon dahil alam kong ako ang magiging puno ng tsismisan dito. Pero hindi e. Kailangan ko silang iwasan at hindi pakinggan para sa pangarap ko. Para narin sa mga kapatid ko.

Pansin ko ang katahimikan ng aming room.

Asan na sila? hindi pa ba nila ako kukutyain? naghihintay ako. Handa narin ako. Kahit anong asar tatanggapin ko.

Dahan-dahan kong nilingon ang ulo ko at nakita ko sa kanilang mga mata ang labis na pagkalungkot.

Anong meron? Pinagtitripan ba nila ako? Pero ayos lang. Sanay narin naman ako. Yumuko nalang ako para hantayin ang aming guro.

Ang tagal naman? Mahigit kalahating oras na kong nakayuko pero parang wala namang pumapasok.

Walang bang klase ngayon? Napatingin pa ako sa aking kalendaryo upang tignan kung anong petsa ngayon.

Oh? lunes ngayon ah. Anong meron? bakit walang nagtuturo?

"Psst, walang teacher?" Mahina kong tanong sa katabi ko. Mahinhin na tumungo ito saakin kaya napairap ako.

Sayang naman yung oras na pinasok ko. Dapat pala nag sideline nalang ako para may kakainin kami mamaya.

Akmang kukunin kona ang bag ko para umuwi ng tumayo si Daniella.

"Beatrice!" Napalingon naman agad ako dito nang tawagin ako.

" S-san ka pupunta?" Alinlangan pa nitong tanong. Napatingin pa ako sa kanya ng mabuti dahil bakit parang nahihiya siya? Makapal kaya ang mukha niya.

Hindi ko nalang siya kinibuan at nag patuloy sa paglalakad. Lahat sila ay nag si tayuan din para sundan ako.

Tama nga ang hinala ko. Pinagtitripan na naman nila ako.

"Tigilan nyo na k-" Sumigaw ako sa ginagawa nilang pagsunod sakin. pero mas lalong napukaw ng atensyon ko ang mga itsura nila.

Bakit ganyan ang mga mukha nila? Ang lulungkot.

"Anong meron? Bakit naka simangot kayong lahat?" Naglakas loob akong nag salita sa kanila.

"Diba dapat masaya kayo dahil may panibago na naman kayong ibabatong asar saakin? Nag iba ata ang ihip ng hangin at natauhan kayo." Mahinahon kong dagdag.

May ilan pang nag sipag iyakan at lumapit sakin para yakapin ako.

"Condolences, Beatrice." Lahat sila ay isa isa akong niyakap na kinagulat ko. Hindi ko na pigilan ang mga luha ko kaya mabilis na dumaloy ito sa pisngi ko. "Sa-salamat." 'Yon nalang ang nasabi ko sa kanilang lahat.

Nag sorry sila sa mga pinaggagawa nila sakin. Pero sinabi ko na ayos lang yon dahil hindi ko naman dinadamdam.

Sa totoo lang nilalabas taenga ko ang mga sinasabi nilang masasama noon kahit na masasakit ang mga 'yon.

"Hoy Beatrice!" Pasigaw na tawag sakin ni Daniella.

"Sorry!" Agad akong niyakap nito nang mahigpit kaya naging emosyonal ako. Daniella....

Masakit man ang mga sinabi niya sakin noon, pero wala akong nagawa. Hindi ko siya masumbatan hindi ko siya kayang awayin at saktan.

Hindi ko alam pero kusang yumapos ang dalawa kong kamay sa kanya.

Doon ko lang napagtanto na niyakap ko siya pabalik.

Yung sorry mo yung matagal ko ng hinihintay. Dahil alam kong nagagawa mo lang akong saktan sa harap ng maraming tao, Dahil natatakot kang gawin nila sayo yung ginagawa nila sakin.

Ako na ang unang bumitaw sa pagyayakapan namin. Hindi dapat matapos ang araw ko na malungkot ako.

Lord, pwede bang kahit ngayon maging masaya muna ko? Kahit

ngayon lang. Miracle, Itay pakibulong naman kay lord.

Dahil sa totoo lang, gusto kong maging masaya yung masayang walang kapalit. Hindi nagtatapos ang pangarap ko, Dahil sa ngayon? Nag sisumula palang ito. Alam kong pag subok lang ito.At naniniwala akong walang pag subok ang hindi nalalagpasan.

Hindi ko man agad ito malagapasan pero nakatitiyak ako na pag bangon ko sa umaga. Magugulat nalang ako na wala na kong problema at sa araw na yon. Ayon ang araw na pinakahihintay ko.

Ang araw na tatawanan ko na lahat ng problemang papasok sa buhay ko. Mas pipiliin ko na lang tumawa kesa damhin ang lungkot ng problema.

Kabanata 8

"HEALING IS THE PROCESS OF ACCEPTING ALL, THEN CHOOSING BEST."

Dumaan ang ilang araw at linggo. Unti-unti akong naka recover sa pagkamatay ni Itay. Napapaisip nga ko kung ito naba ang simula ko?

Eto na ba yung araw na hinihintay ko? Bagong araw na iibahin ang landas ng buhay ko.

Minsan napapaisip talaga ko kung bakit kailangan akong subukin ng panginoon sa ganitong kalagayan. Oo, nalalagpasan ko naman pero sa totoo lang ayoko na. Ayoko na pag daanan ulit ang ganitong mga sitwasyon. Ang hirap, natatakot ako na baka sa susunod hindi kona kayanin pa.

Napangiti naman ako habang tinitignan ang mga kapatid ko at si Mama na unti unti nang sumasaya. Dumaan man kami sa malungkot na pangyayari. Unti-unti naman namin itong nalalagpasan.

Napatigil naman ako at napatulala ng ma-realize na malapit na pala akong grumaduate sa Senior High School.

Ano na kayang susunod na mangyayari saakin? SaSaaminmin? Sana naman wala na ulit na malungkot na mangyayari. Ngayon na sumasaya na kahit papaano ang pamilya ko. Ayokong mapunta na naman kami sa kalagayan na nag hihirap.

Ayokong maranasan na naman yon.

Maaga ang pasok ko bukas dahil maraming ganap sa school. Hindi na ako natatakot pumasok dahil simula nung nanghingi sila ng tawad sakin noong araw na pumasok ako na ilang araw palang ang nakalipas ng pagkamatay ni itay.

Simula noon ay nakakahalubilo ko na sila. Pati si Daniella na dating nanguunguna sa pang aasar sa'kin. Ang sarap lang sa pakiramdam dahil ngayon ay sya na ang pinakamalapit na kaibigan ko.

Sinasama na nila ko sa mga lakad nila kahit na hindi ako mag sabi na sasama ako ay nagkukusa na sila.

"Beatrice." Mahinang tawag saakin ni Mama. Napalingon naman agad ako sa kanya.

"Malapit ka ng grumaduate sa Senior anong plano mo anak? Magpapatuloy ka ba sa pag-aaral?" Napaisip pa ako sa sinabi ni inay. Ilang araw ko rin yan pinag iisipan. Kung mag aaral pa ba ako o mag tatrabaho na. Dahil makakuha narin naman ako ng trabaho dahil may diploma na ako.

Siguro sapat nayon.

"Hindi ko pa po alam e. Hindi ko po alam kung mag aaral pa ako." Malungkot itong tumingin sakin sabay tumabi sa upuan ko.

"Kung ako ang masusunod. Gusto ko na makapag tapos ka hanggang kolehiyo anak. Gusto ko na mag patuloy ka." Nginitian ko siya sa sinabi niya. Gusto ko rin naman yon mama pero iniisip ko ang mga kapatid ko.

"Kung iniisip mo ang mga kapatid mo, Huwag ka mag alala dahil kaya ko naman." Dagdag niya. Tumayo ito at pumasok na sa loob.

"Pag isipan mo ang mga desisyon mo Beatrice. Tandaan mo nasa sayo naka sa lalalay ang mga pangarap at takbo ng buhay mo." Pahabol pa ni inay.

Tama. Saakin nakasalalay ang takbo ng buhay ko. Pero ayoko naman maging makasarili at pabayaan ang mga kapatid ko.

Lumipas ang gabi na yung mga sinabi ni inay ang mga tumakbo sa isip ko. Magpatuloy kaya ako? O Magtrabaho muna tapos pag nakaipon na ay mag aaral ulit.

Maaga na naman akong gumising para pumasok. Kahit pikit mata pa dahil sa puyat ay kinakailangan ko parin bumangon para harapin ang araw ngayon.

Napuyat ako dahil sa mga isipin na tumatakbo sa isip ko.

Hanggang sa school ay ayon parin ang tumatakbo sa utak ko. Pilit ko kinukwestyon ang sarili ko.

"Hoy!" Gulat sakin ni Daniella.

"Ang lalim ng iniisip ah? May jowa kana no?" Sabay tawa nito. Jowa? Wala akong plano mag jowa.

"Wala, iniisip ko lang kung anong gagawin ko pag ka graduate natin ng senior." "Bakit, pasado kaba?" Singit ni bakla.

"Tanga ka sis, malamang pasado 'yan. Ikaw lang hindi!" Pagtatanggol saakin ni Daniella.

"Eto naman, para kang bobo! I mean bobo ka naman talaga." Okay, naaamoy ko ang pag aaway nila.

Matagal pa silang nag bangayan sa harapan ko bago bumaling saakin.

Hindi ba sila na o-offend sa asaran nila? O baka kill joy lang ako kaya ganon ang iniisip ko.

"Hoy! Beatrice anong meron? May pa staring contest ka d'yan sa wall ah? May problem na naman ba sa house niyo?" Baling sakin ni bakla. Siguro nahalata na niya ang pagiging lutang ko.

Matapos ba naman sila mag bangayan sa harap ko sinong hindi matutulala? Haha Napabuntong hininga muna ako bago sila sagutin.

" Iniisip ko kasi kung anong gagawin ko pag tapos grumaduate ng Senior." Lakas loob kong sabi. "Tapos?" Sabay nilang tanong.

"Kung mag-aaral ba ako o magta-trabaho na." Natawa naman sila sa sinabi ko. Ang babaw ba ng problema ko para tawanan nila?

"For me, mag aral ka. Kasi yes, makakapag work kana after natin grumaduated pero iba parin yung nakapagtapos ka." Sabi ni baks.

"Agree ako sayo sis. Syaka Bea ano ka ba? Kaya naman yata ng Mama mo pa mag work. Kaya mag patuloy ka mag aral." Sagot naman ni Daniella.

Ang gulo, hindi ko alam kung pangarap ko ba o yung mga kapatid ko uunahin ko.

Pero may mga punto sila. Makakapag trabaho na nga ko pagtapos ko mag senior. Pero iba pa rin yung makapag tapos ka.

Hindi lahat ng kabataan ay nakakapagtapos sa pag aaral. Yung iba nga gusto talaga pero hindi kaya. E ako? kaya ko naman pero bakit parang ayaw ko.

Napailing nalang ako at marahang ngumiti.

Buo na ang desisyon ko. Mag papatuloy ako. Iisipin ko nalang na ipagpapatuloy ko ang pag aaral ko para sa iba. Ipagpapatuloy ko ang pag aaral para sa mga taong gustong mag aral pero walang kakayanan.

Buong araw akong nakangiti hanggang matapos ang klase namin. Hindi na muna ako sumama kila Daniella dahil gusto ko nang umuwi.

Parang nabawasan ng bigat sa dibdib yung pakiramdam ko. Pakiramdam ko gumaan ang kalooban ko sa naging pasya ko.

Dere-deretso na akong pumasok sa bahay at naabutan ko si Mama na nag luluto. Agad ko itong niyakap na kinagulat niya.

Hindi na niya ako tinanong sa ginawa kong pagyakap. Dahil inaya na agad ako nitong kumain kasabay ang mga kapatid ko.

****

Ngayon ay lalabas ang resulta sa ginanap na exam para sa kolehiyo. Isa ako sa mga sumubok na mag exam para makakuha at mabawasan ang bayarin para sa pag tungtong ko ng kolehiyo.

"Handa ka na ba anak?" Pagpapagaan ng loob saakin ni Mama. Tumungo ako rito para sabihing handa na.

Sumakay na kami ng jeep para lumuwas sa bayan dahil doon gaganapin ang pag labas ng resulta.

Habang nasa byahe ay hindi ako mapakali, Paulit ulit akong nag dadasal na sana ay makapasa ako.

University Of Santo Thomas (UST) ang nag pa exam para sa mga scholars. Matagal ko nang pangarap makapasok sa unibersidad na yan. Sa totoo nga ay ayan ang pinapangarap kong eskwelahan.

Hindi na sakin bago na makitang maraming taong naghihintay dito sa bayan(plaza). Hindi na nakakapanibago dahil halos mag siksikan kami nung araw ng exam.

Maya maya pa ay inanunsyo na na sa loob ng 30-minutos ay ilalabas na ang resulta ng nasabing exam. Sabay kami ni Mama na napalingon sa isat-isa at nag ngitian.

Napaisip pa ko kung may pag-asa ba akong pumasa. Dahil halos 30,000(30k) kaming nangangarap na makapasa at tanging 500 na tao lang ang mabibigyan ng pag asa na makapasok sa sikat na unibersidad. Kung papalarin man na isa ako sa mabibigyan ng pagkakataon na makapasok sa nasabing paaralan, ibibigay ko lahat ng kaya ko. Hindi lang para saakin para narin sa pamilya ko.

Pumasok narin sa isipan ko na kailangan naming lumipat ng bahay kung nag kataon. Hindi na nagpa bigat ng loob sakin yon. Dahil wala rin naman kaming maiiwan na kamaganak at kakilala dito.

Sunod-sunod nang nag sipag labasan ang mga apilyido ng nakapasa. Naka alphabetical order ito kaya mag sisimula sa letrang A ang mga lalabas na apilyido.

Kabadong-kabado na ako sa mga oras na iyon. Dahil malapit nang matapos ang letrang C. Gustong gusto kong makapasa. Gustong gusto-.

Naputol ang sinasabi ko sa sarili nang biglang sumigaw si Mama.

"Beatriceee!" Napalingon naman agad ako sa gawi nito. Nasa unahan kasi sya at nasa likod niya ako. Ayoko kasing tignan ang resulta dahil natatakot ako. Natatakot ako na baka wala ako.

"Pasado ka! pasado ang anak ko!" Malakas na sigaw ni Mama.

Agad-agad ko namang tinignan ang screen.

'Dizon, Beatrice Thana.'

Pasado ako. Napatakip pa ako sa bibig ko at nag pabalik-balik ang tingin sa monitor. Pasado ako.

"PASADO AKOO!" Malakas kong sigaw sabay yakap kay mama.

Sa oras na ito ang tanging tumatakbo lang sa isipan ko ay ang pagiging masaya dahil nakapasa ako.

Hindi ko na alintana ang iba dahil sa pagtatalon ko sa sobrang saya.

Pasado ako. Masaya kong sabi sa sarili habang nakayakap kay mama.

Nag unahanan na naman bumagsak ang nagbabadya kong mga luha

dahil sa nararamdaman kong saya.

Napatingin naman ako sa kalangitan na biglang dumilim, uulan yata.

Itay, nakikita mo po ba kami? Masaya na po kami. Hiling ko na masaya ka rin diyan kasama ang may kapal.

At, bumagsak na nga ang malakas na ulan na naging dahilan ng pagkabasa namin. Umiiyak ata sa saya si Miracle at Itay ngayon kaya umulan biro ko sa sarili.

Hindi na namin inalala ang mga itsura namin dahil walang wala to sa mga pagsubok na nalagpasan namin.

Dahil naniniwala akong lahat ng pagsubok malalagpasan namin. Basta't sama-sama kami.

Kabanata 9

"Let today be the start of something new."

Nagdaan ang ilang araw at linggo. Halos wala na rin kaming ginawa sa school kundi mag practice ng mag practice para sa nalalapit na pagtatapos.

Tuwing lumilipas ang araw ay nadadagdagan naman ang lungkot saming lahat.

Matagal din kaming nagkasama-sama, Mula elementarya pa nga ay kaklase ko na ang iba rito. Kaya hindi na ako magtataka kung makakakita ako ng mga nagiiyakan sa araw ng graduation namin.

**

Lahat kaming mag ka-klase ay nag iiyakan dahil ito na ang huling pag sasama sama namin.

Dahil ngayon ang araw nang pagtatapos namin bilang High School. Nalaman din nila na nakapasa ako sa Scholarship. Kaya kailangan kong lumuwas ng maynila para doon na mag patuloy ng pag aaral.

"Beatrice, 'wag mo kami kakalimutan ha!" Pahabol saakin ni Daniella.

"Oo naman, bakit ko naman gagawin yon?" Nakangiti kong sabi sa kanya. Nagyakapan pa kaming dalawa bago maghiwalay dahil hinihintay na siya ng pamilya niya.

Ang balita ko ay mag a-abroad na sila dahil napag desisyunan ng pamilya niya na doon nalang manirahan.

Gusto niya rin naman doon. Kahit sino gusto roon. Kung mayaman din kami ay gusto ko rin na doon na ko mag aral, kaso wala. Pero okay lang masaya na rin naman ako kung anong meron kami ngayon.

Isa-isa kong pinuntahan ang mga gurong tumulong saakin para makapag aral upang pasalamatan.

Hindi ko na banggit na ang ibang guro rito ang sumasagot sa pagkain ko nung mga araw na walang-wala ako.

Mabilasan ko lang silang binisita at pinasalamatan dahil kailangan ko ng magmadali.

Ito narin ang huling araw ko sa lugar na ito. Dahil pagka-uwi na pagka-uwi ko ay didiretso na kami paluwas ng maynila nila mama para roon na manirahan.

Kagabi pa lang ay nag impake na agad kami ng mga gamit at tanging itong suot ko lang ngayon ang nilabas para sa okasyon ngayon.

Bumuhos ang mga luha ng mga iba at ang sari-saring pagbati sa isa't-isa. Ako ang salutotorian ng batch na ito. Hindi ko kilala ang Valedictorian dahil sa STEM na strand 'yon at HUMSS ako.

Isa ako sa tinangala at malakas na pinalakpakan dahil sa angking determinasyon ko sa pagaaral. Nakakahiya man dahil halos lahat sila ay alam ang kwento ng buhay ko. Kung saan ako nang galing at anong takbo ng buhay ko pero masaya ako na nakilala ko sila ngayon.

Matapos ang pag tatapos ko ay pinauna ko ng umuwi si mama dahil may dadaanan pa ako. Kailangan kong mag paalam sa aking matalik na kaibigan at minamahal sa buhay. Masaya akong umupo sa puntod niya at nilinis iyon.

Pinatong ko pa ang dala kong bulaklak at mga biniling tsokolate.

Ito na ang huling araw na lilinisan ko ang puntod mo. Dahil aalis na ako para ipagpatuloy ang aking pangarap.

Alam kong ito rin ang gusto mo. Ang ipagpatuloy ang buhay ko.

Oo, hindi ito ang huli pero siguro matatagalan ako na maka balik dito. Hindi ko rin naman gusto ang lugar na ito at sa totoo lang ayoko nang bumalik pa rito. Dahil dito nag simula ang pagiging magulo ng pamilya ko. Pero masaya naman ako kahit papaano dahil dito din mag wawakas ang magulong buhay ko.

Lilisanin ko ang lugar na ito pero hindi kita makakalimutan. Ikaw ang nag silbi kong pangalawang buhay.

"Hanggang sa muli, Miracle..."

Bagay na bagay sayo ang pangalan mo, Himala.. Dahil isa kang himala na bumago sa buhay ko.

Punas kamay ko pang pinunasan ang mga luha ko. Lagi mong tatandaan na araw araw akong titingin sa kalangitan dahil umaasa akong muling paglalandasin ang ating buhay at ituloy ang nasimulan na pag kakaibigan.

Sunod kong pinuntahan ang puntod ni itay. Kahit naging masama sya hindi pa rin maalis sakin na siya ang aking ama.

Dugo't laman niya ang bumabalot sa pagkatao ko. Siya ang dahilan ng pagkabuhay ko. Kaya wala akong dahilan para makalimutan siya .

"Itay." Mahina kong bulong bago ipatong ang bulaklak na alay ko para sa kanya.

"Hindi ka man naging mabuti saamin hindi parin mababago ang pag tingin ko sayo.. mahal na mahal kita"

Ayoko sanang maging emosyonal sa araw na ito. Dahil dapat masaya ako dahil nalagapasan ko ang ilan sa mga pagsubok sa buhay ko.

"Ipapangako ko sayo na bibigyan ko ng katarungan ang pagkamatay mo. Pangako itay. Bago ako mawala sa mundong ito ipaglalaban ko ang hustisya mo." Huling sabi ko bago tuluyang tumayo.

Napalingon pa ko sa puntod ni itay bago tuluyang lumisan.

"Hanggang sa muli itay."

"Saan ka ba nanggaling anak?" Bungad na tanong sakin ni Mama.

Napangiti muna ako bago sumagot.

"Nagpaalam lang sa kaibigan Ma. Tara na po." Aya ko sa kanya para pumasok na sa inarkilang jeep.

Habang tinatahak ng sinasakyan namin ang daan palabas ng baryong ito. Nakita ko pa ang mga mata ng mga taong mapanghusga na simula ngayon ay hinding hindi ko na makikita at iiwasan pa.

Ano kaya ang naghihintay na buhay samin sa Maynila? hihilingin ko na maganda ito. Dahil naamoy kona talaga ang simoy nang pagbabago ng buhay ko.

Masasabi kong nalagpasan ko na ang mga pagsubok sa buhay ko. Kahit na alam kong pag tungtong namin ng maynila ay panibagong buhay na naman ang haharapin namin.

Panibagong buhay, panibagong pagsubok sa buhay.

Pero, ano pang ikakatakot at ikakalungkot ko? Alam ko naman na kaya naming lagpasan 'yan.

Ipinapangako ko na ang kahulugan ng pangalan ko ay madadama ko bago ako mawalan ng buhay.

Happiness.....

****

[**Wakas**]

"No matter how hard the past is, you can always begin again."

10 years later...

"Attorney Dizon!" Napalingon naman agad ako sa tumawag sa pangalan ko.

And yes, I'm an Attorney now. Sinikap kong makapagtapos sa pag-aaral at kumuha ng kursong Legal Management. Dahil hanggang ngayon ay gusto kong mabigyan ng hustisya ang pagkamatay ni itay.

10 years na ang nakalipas pero nanatiling masakit para samin lahat ang pagkamatay ni itay. I can say that our life right now is better than before.

Simula nang tumuntong kami dito sa Manila ay nag simula narin ang swerte sa buhay namin. Nakahanap ng magandang trabaho si Mama at nakapag aral lahat ng mga kapatid ko.

Marami pa rin namang kaming pag subok na dinanas pero hindi na tulad noon. "Sulat po galing sa Piskal." Julian said. Isa sa kasama ko rito sa firm.

I simply nodded to her. At tinuro kung saan niya nalang ilalagay.

I still reviewing the cases of my father para sure na mapanalo ko ang kaso.

Nalaman ko na kung sino-sino ang mga criminal na pumatay sa itay ko. At nabasa ko narin ang kani-kanilang statements kung bakit nila nagawa iyon.

Ang hindi kolang matanggap. Why only my father? kung marami naman pala silang tinatambangan noon at hindi lang si Itay.

One of the criminal said that they do that crime because someone told them. Napailing nalang ako habang pinapakinggan siya.

They do that because they're jealous of my Father!

Nagselos sila dahil ilang araw palang si itay sa pag co-construction ay umangat na agad ang position niya at silang taon na ay hindi.

Also, hindi nila susundin yung mga nangutos sa kanila. Kung may nag-utos ba talaga sa kanila na patayin si itay. Kung wala silang personal interest dito.

I know that may malalalim na motibo para gawin nila iyon. At ayon ang aalamin ko. Nagpaalam muna ako sa mga kasama ko para lumabas muna at bumili ng kakainin ko. I rolled my eyes when i see how people treat others.

Wala naman ginagawa sa kanila yung mga homeless. Bakit kailangan nilang buhusan ng tubig para umalis?

All they want is food, and shelters.

This is one of the reason why i choose Legal Management than Education. Because of our Society. Ang hindi pantay- pantay na trato satin ng mga tao. I mean inequality. Also our Justice System na para lang sa mayayaman at may kapit sa gobyerno. Before i go back to my firm bumili muna ako ng makakain ng mga pulubi kanina. Simpleng tulong lang 'to. But, I know they'll appreciated this.

"Hello kids!" Bungad ko sa kanila. Lahat sila ay lumingon sakin at nakuha ng intensyon nila ang hawak-hawak ko na supot.

Alam kong gutom na sila kanina pa kaya binilhan ko sila ng makakain. Alam ko kung gano kahirap ang magutuman. Dahil naranasan ko na rin yon.

"Ma'am para samin po ba 'yan?" Tanong ng babae. If I'm not mistaken siya ang pinakamatanda sa mga kasama niya.

"Yes, para sa inyo 'to" Nakangiti kong sagot bago ibigay sa kanila ang plastic na may laman na pagkain na binili ko.

Sumilay sa mukha nila ang saya habang naguunahan na makakuha ng pagkain. Sinigurado ko na hindi iyon magkululang para kahit papano ay mabubusog sila. "Maraming Salamat po Ma'am, napakabait niyo po." Pagpapasalamat nung babae.

Iniwan ko na sila dahil may trabaho pa kong gagawin. Sa totoo lang ay natambakan na ako ng mga file cases but look? Pa chill-chill lang ako.

My phone vibrated. Kaya dali-dali ko iyon kinuha. And it is Mayor.

Mayor is calling...

Ako ang Personal Attorney ng Mayor dito sa Manila. Maybe because I'm a good Attorney.

Sa 3 years ko ba naman sa pagiging abogado ay hindi kona mabilang ang mga naipanalo kong kaso.

Hindi sa pagmamayabang pero totoo iyon.

I can say na magaling talaga ko dahil may pinanghuhugutan ako.

"Yes po?" I answered.

Nothing new, may bago na naman akong kailangan ipanalong kaso.

***

"PROVEN GUILTY!"

Napangiti naman ako dahil naipanalo ko na naman ang kaso.

Halos mag sisigaw sa galit ang kabilang partido dahil natalo sila.

Malaking pera ang mawawala sa kanila dahil sobrang laki ng kasong ginawa nila patungkol sa Bill Of Rights. Hindi na ako magtataka kung maghihirap sila pagkatapos nito.

Ba't kasi hindi nalang nila paghatian yung naiwang ari arian ng ama nila? Edi sana hindi na humantong sa ganito.

Tignan mo nga naman ang mga tao ngayon. Mga mag kakadugo na ang naglalaban laban. Iba talaga ang nagagawa pag pera na ang katapat.

Everyone was shocked, even me. When the girl mocks the judge on his face. Wew, karma gets her.

Another nadagdag na kaso.

Umalis na agad ako dahil may kailangan pa akong daanan para sa kaso ni itay.

Pa-simple akong nangigil matapos akong ipatawag ng supreme court sa kadahilanan na nag file ng kaso ang mga kalaban ko.

Umapila naman agad ako dahil kung ano- anong istorya ang pinagsasabi nila.

Sinasabi nilang nagnakaw si itay, pusher, user and self defense daw ang ginawa nila kaya nila napatay si Itay.

Hinalungkat pa nila ang past namin, tss!

Sa tingin ba nila maniniwala ang Supreme Court sa paratang nila?

Hindi naako nagulat dahil agad na- dismiss ang kaso na sinampa nila. The Manila Regional Trial Court dismmised the filed against my father. Due to lack of probable cause and substantial evidence.

Malapit nang dumilim ang kalangitan kaya napagpasyahan kong umuwi na sa bahay namin.

Hindi na kami nangungupahan ngayon dahil nakabili kami agad ng bahay dito sa Manila na bungad ng pagsisikap namin ni mama.

Sinalubong ako ng mga katulong namin para kunin ang mga dala kong gamit.

Naabutan ko naman na nag hahanda na sila para sa dinner at ang iba kong mga kapatid ay busy sa pag gawa ng kani- kanilang assignments.

Sinabi kong hindi na muna ako sasabay sa kanila kumain dahil kumain narin naman ako sa resto.

Gusto ko narin mag pahinga dahil malapit na ang paghaharap namin ulit ng mga taong pumatay kay itay sa korte.

Hindi na ako makapaghintay na mabulok sila sa kulungan.

**

"Guilty!" Hatol ng judge matapos makapagpasya ngayon sa kaso ni itay.

Naging emosyonal naman ako dahil after 10 years ay nabigyan ko ng hustisya ang pag kamatay ni itay.

At lumabas na sa kani-kanilang bibig na selos talaga ang dahilan kaya nila nagawa iyon. At hindi totoo na may nag utos sa kanila.

I knew it before na wala talagang nag-utos dahil kung meron man. Matagal na nilang sinabi kung sino ito.

Gusto kong lumuhod sa sobrang tuwa. Gusto ko... Gusto ko silang gantihan gamit ang mga kamay ko. Pero hindi pwede dahil batas na ang bahala sa kanila. Tapos na ang misyon ko.

Pumunta muna ako sa baryong hindi ko na dapat pupuntahan.

Hindi ko alam pero basta nalang ako dinala ng kotse ko rito sa sobrang tuwa. Siguro dapat kong i-kuwento ito kay itay nang harap-harapan sa puntod nya. Biruin mo sampung taon bago ako makabalik dito.

Maraming ng nagbago sa lugar na ito. Natayuan na ng ibat-ibang gusali at napaganda ng sobra. Halos hindi ko na nga makilala sa sobrang pagkakaiba sa itsura noon.

Nag sindi muna ako ng kandila para i-alay sa kanya sabay tabi nang bulaklak.

"Itay."I start. Naramdaman ko na naman ang mga luha sa mata ko. Maybe because isang dekada kaming hindi nagkausap?

Kwinento ko lahat ng napagdaanan ko mula pag tuntong namin ng Maynila. Kung paano kami lumaki at namuhay ng mapayapa.

Halos padilim narin ang langit dahil hindi ko na alintana ang oras sa pakikipag kwentuhan kay itay.

"Paano ba iyan, itay? Hanggang sa muli ulit. Hiling ko na gabayan mo po kami araw-araw." Tinanggal ko na ang kandila na tunaw dahil wala na rin itong sindi.

Napatigil ako at napalingon matapos maramdaman ang kakulangan.

May nakalimutan ba ako? halos ilang minuto akong tumulala sa harap ng sementeryong ito. At natawa sa naalala ko.

Nakakainis ka self. Paano mo nagawang kalimutan ang matalik mong kaibigan. Agad-agad akong pumasok ulit sa sementeryo at pinuntahan ang puntod ni Miracle.

Nasaan?!

Nasaan yung puntod niya? Hindi ako pwedeng magkamali. Tumanda man ako alam ko pa rin ang pwesto ng pinaglibingan niya.

May nakita akong naglilinis ng lapida kaya dali dali ko itong tinanong.

"Manong!" Tawag ko.

"Alam niyo po kung nasaan yung nakalibing dito?" I asked.

"Ahh, ang pagkakaalam ko ay nilipat na dahil lumipat na rin ng tirahan ang mga kamag-anak niyan. Yung Miracle 'yan di'ba?

"Opo." Yun nalang ang naging sagot ko bago magpaalam sa kanya.

Ang daya, hindi na pala kita makakabonding pa. Sana pala sinulit ko na noon pa. Madilim na ang kalangitan kaya I decided na tumuloy muna sa bagong hotel dito. Halatang bago ito dahil maayos pa ang pintura.

"Good day po, how may I help you?" bungad saakin.

"Do you have extra room?"

"Yes po, check in po? Ilang hours?" Sunod-sunod na tanong nito. Maybe she's the manager? I guess so.

"Check in, 10 hours" I simply said.

"Ohmaygahd!!!!" Nagulat naman ako sa biglang pagsigaw ng kung sino. Really? In a public place?

Hindi ko yon pinansin dahil inaantok na ako.

"Beatriceee!" I was shocked when someone called my name. May nakakakilala pa sakin? I turned my head para hanapin kung sino yon at laking gulat ko ng makikilala siya. Daniella?

"Hala, anong sadya mo rito? Check in? I got you!" Ang daldal pa rin.

"Hindi ko alam na nakauwi kana pala." Masayang sabi ko. Hinalikan ko pa siya sa pisngi sa sobrang tuwa.

"Syempre wala kang contact saakin. Hindi kita mahanap sa facebook! At wait sino ka d'yan?" Tas kilay nitong tanong.

"Attorney Dizon." Lumaki naman ang mata nito at nag sisigaw.

"OMG!" Malakas niyang sigaw. My god, Daniella!

"Shh, ang ingay mo." Suway ko sa kanya, pumawemang pa ito sakin at nagayos ng sarili. Tumalikod pa siya at pinalilad ang buhok niya sabay sabing.

"I'm the owner of this hotel!" pagmamayabang niya.

"So?" Taas kilay kong sabi. Pero sarcastic naman iyon. Nagbago naman ang itsura nito at nakuha ng atensyon ang cellphone dahil may tumatawag sa kanya.

Sa kanya pala 'tong hotel? Nice.

"Ano ba iyan, hindi tayo magkaka-bonding ng matagal!" Malungkot na sabi niya. Hindi ko na tinanong kung bakit at ano ang dahilan.

Basta nalang ako hinila nito at nilapit sa kanina kong kausap.

"Btw, this is Janice, the Manager. And Jan-ice this is Beatrice my friend. Lahat ng ano niy free na. As in wala syang babayaran ni piso gets?" Nagmamadali nitong dada.

"Bye na muna Beatrice, emergency. See you soon!" Paalam niya. Hindi na nga ako nakapagpaalam pa dahil madaling madali na siya.

Hinatid na ako ni janice sa pansamantalang tutuluyan kong room. Ngumiti pa ito sakin para mauna na at asikasuhin pa ang iba.

Masaya naman akong humiga sa kama ko at napatingin sa kisame. Iling-Iling pa ako napangiti dahil sa kabaitan ni Daniella. Parang dati sinisipa-sipa niya lang ako tapos ngayon?

Pero salamat dahil dumaan man ang dekada hindi niya parin nakalimutan ang pagiging magkaibigan namin.

Dito ko nasubok na lumipas man ang dekada mapa century pa 'yan, hindi masisira ang samahan ng pagkakaibigan.

Matapos kong tumuloy sa hotel ay kinabukasan ay umuwi na agad ako para salubungin ang mga taong minamahal ko sa buhay.

Special Chapter
(MIRACLE)

Everything becomes black and everyday turns to worst. I always wanted their attention. Pero bakit parang hangin lang ako kung dumaan sa kanila? Bagay na bagay pala sa kin yung pangalan ko 'Miracle', Himala. Himala dahil hindi nila mapansin kung sino at ano ako sa kanila.

Sometimes I want to commit. Commit a suicide pero hindi ko kaya. Ayokong saktan sila sa ganon paraan. I also don't want to suffer in hell. Kahit sa school hindi man lang ako sumaya. I don't have friends because all of people seems backstabber. Even my personal yaya, lahat ng mali kong galaw ay sinasabi niya kay Mommy pero hindi yung mga tama. Life is unfair minsan iniisip ko bakit pa ako nabuhay sa mundong ito? Wala naman akong kapansanan at sakit pero araw-araw akong nanghihina sa pinaparamdam nila.

I check my MacBook if there's event on my calendar. Nakita ko yung Family Day na malapit na pala maganap. Next monday na agad? Hindi ko pa nga sila nakakausap tungkol dito.

Everytime I try to reach out to them lagi nilang sinasabi na 'busy sila' 'pagod sila'. Hindi na nga siguro nila alam kung kailan ang birthday ko.

Lumabas ako ng room para kumuha ng pagkain sa ref. Napansin ko na tahimik ang paligid yung mga maid namin ay hindi pakalat-kalat tapos walang kotse na nakaparada sa labas. Meaning na wala na naman silang dalawa. Malungkot nalang akong bumalik sa kwarto ko. Parang dati nagpapaalam sila tuwing aalis sila pero ngayon? Hindi man lang nila ako makatok para i-check. Parang hindi na nila ako anak.

Nagbago ba ako o sila yung nagbago?

Next morning I woke up with a headache. Napangiti pa ako ng unti dahil baka sa sakit na ito ay mapansin nila ako.

" Yaya, can you call Mommy?" tumungo ito sabay labas ng kwarto. Mayat-maya ay dumating narin si Mommy kasunod ni Yaya.

"Ano na namang arte ito, Mira?" Hindi pa ako nakakapagsalita pero galit na siya agad. Inilingan ako nito sabay baling kay yaya.

"Manang, what's wrong?" Masungit nitong tanong. Yumuko naman si yaya sabay buka ng bibig.

"Lagi po kasi siyang nagpupuyat, Ma'am. Kaya siguro masama ang pakiramdam niya." Napataas ako ng kilay sa sinabi ni yaya. Nagpupuyat ako? E alas 8 palang tulog na ako. Unti-unting lumingid ang luha ko pababa sa narinig.

"See? ikaw din pala ang may kasalanan. Next time Manang, huwag mo ako tawagin sa ganitong dahilan. I have many important things to do than this. Puro kaartehan!" Pagkakabas na pagkalabas ni Mommy ay doon na nagsipagbagsakan ang mga luha ko. Inabutan nalang ako ni yaya ng gamot sabay tarantang umalis.

Akala ko sa ganitong paraan mapapansin na nila ako. Mas lalo pa palang mapapasama ang sitwasyon. Naisip ko naman yung sinabi ni Yaya. Bakit kailangan niya mag sinungaling? Hindi ko na tuloy alam kung tama ba ang mga pinagsasabi niya sa kanila. Baka puro kasinungalingan lang iyon kaya mas lalo silang nagagalit saakin.

Nagbihis ako para lumanghap ng sariwang hangin. Naabutan ko naman si Dad na tutok na tutok sa laptop niya. Hindi niya nga sana ako mapapansin na dumaan kung hindi siya tinawag ni Manong.

Habang kausap niya si Manong ay sinenyasan ako nito na hintayin ako. Akala ko ay tatanungin niya kung okay lang ba ako pero hindi. Pinagalitan pa ko.

"Akala ko may sakit ka? Saan ka na naman pupunta?" Napahawak nalang ako sa bag ko ng madiin sabay diretso palabas. Narinig ko pa ang mura niya sa pangbabastos ko sa kanya dahil hindi ko inimikan ito. Nilakasan ko ang loob ko na makalayo sa bahay na iyon. Nang makalayo ako ay doon na ako tuluyang nanghina at napaupo sa sahig. Ang tapang-tapang ko pero bakit sa kaunting sermon nila ay nanghihina ako.

Ngayon ay hindi ko na alam kung saan ako pupunta. Ang gusto ko lang ay makaramdam ako ng saya yung pakiramdam na masaya at malaya ako sa lahat nang gagawin ko.

"Mama, punta tayong perya!" Nakangiting sabi ng batang pulubi sa mama niya. Tumungo naman ang mama nito na ikinaliwanag ng mukha niya. Ano kayang pakiramdam n'yan? Buti pa sila kahit mahirap ay masaya ang buhay. E, ako? umiling nalang ako sa hangin. Bakit ko pa tinatanong alam ko narin naman ang sagot. Sa totoo lang sila ang tunay na mayaman. Wala man silang magagandang material na bagay punong puno naman sila ng saya.

Hindi ko nalang namalayan na nakasunod na pala ako sa kanila. Ngayon ko ulit naramdaman ang tunay na saya. Maraming tao ang nagsisigawan, nagtatawanan kasama ang kani-kanilang pamilya. Masaya rin naman ako, ang kulang lang sakin hindi ko kasama ang pamilya ko. Pilit kong pinapasaya ang sarili ko pero sa tuwing makakakita ako ng taong nagsasayahan kasama ang mahal nila sa buhay ay mabilis na nawawala ito.

Anong oras narin kaya i decided na umuwi na pero napadaan ako sa isang tulay. Dinala ng mga paa ko ang sarili ko sa tulay na ito. Abandonado. Tahimik at wala itong ka buhay-buhay pero nararamdaman ko ang paggaan ng pakiramdam ko. Masarap na hangin at tahimik na buhay. Dito ko nilabas lahat nang hinanakit ko, lahat ng galit at gusto kong sabibin sa mga magulang ko.

"MAHAL NIYO PA BA AKO?"

"MINAHAL NIyO BA AKO?"

"BAKIT NAGBAGO KAYO!" Sinigaw ko lahat ng gusto kong sabihin hanggang sa mapaos ako. Nabawasan naman kahit papano yung naramdaman kong bigat sa dibdib pero mas mababawasan 'yan kung masasagot nila sa harap ko. Baka nga mawala pa kung sakali.

Maraming bagay akong nakukuha pero hindi ako masaya. Doon na ako tuluyang nawalan ng balanse sa katawan kaya napaupo ako.

Inikot ko ang mata ko para tignan ng mabuti ang buong paligid. Madilim pero ramdam ko na malaya talaga ako. Malaya ako pero ramdam ko rin ang kalungkutan.

Pagkatuntong na pagkatuntong ko palang ng pinto ay bumungad na sakin ang isang malakas na sampal. A slap that woke me up to the truth. I looked on who slapped me to confirm the instinct suspicion and its her-- my, Mom. Sabi ko na nga ba, siya lang naman ang makagawa nito.

"Where the hell have you been?" She asked me furiously. Hindi ko siya sinagot at agad tumakbo nalang tumakbo sa kwarto.

"MIRACLE WE ARE NOT DONE YET!" Umalingawngaw ang sigaw niya sa buong bahay kaya sinarado ko ng mabuti ang kwarto ko.

Hinarangan ko ng kama ko ang pinto para hindi mabuksan. Naririnig ko pa siyang kinakatok yung pinto ng kwarto ko at halos ibalibag na ito.

I took the speaker and immediately connected it to my cellphone. I randomly selected a song and turned up the volume.

'Overnight scenes, dinner and wine

Saturdays girls-' Napalingon ako sa speaker ng biglang tumugtog ang kantang 'yon.

'Overnight scenes, dinner and wine

Saturdays girls

I was never in love, never had the time

In my hustle and hurry world

Laughing my self to sleep

Waking up lonely

I needed someone to hold me, oh

It's such a crazy old town

It can drag you down

'Til you run out of dreams

So you party all night to the music and lights

But you don't what happiness means

I was dancing in the dark with strangers

No love around me
When suddenly you found me, oh
Girl, you're every woman in the world to me
You're my fantasy, you're my reality
Girl, you're every woman in the world to me
You're everything I need, you're everything to me
Oh girl"

I immediately turned off the song because it matches what my situation is right now. That, *"I was never in love, never had the time*

In my hustle and hurry world

Laughing my self to sleep

Waking up lonely." Sobra akong naka- relate kaya napaiyak na naman ako. Lagi nalang ba akong iiyak? Ayoko ng ganito.

'I needed someone to hold me.' Kailangan na kailangan ko. Kung pwede lang bumili ng kaibigan ay ginawa ko na. Kaso hindi mo naman pwedeng ipagpilitan ang sarili mo sa taong ayaw sayo, mas masasaktan lang ako.

i tried so hard and got so far, in the end, it doesn't even matter.

"Dad, Mom. did you remember when I was a 10? We're all laughing while playing at our backyard, it's a rainy day. We play with mud and put it on our face like its not a dirt. Even though both of your face are saying 'not the dirt' HAHAHAHAHA. Pero nagpaubaya kayo at hinayaan na malagyan para sumaya ako. To make me more happier. I remember all of our happiest memories, its fun but a same time sad. Because we can't do that again now. That moment naramdaman ko na walang kulang sakin that moment pakiramdam ko ako ang pinakamasayang anak sa buong mundo. But that moment? Becomes memories and you as people become lesson. That's life. Thats a life, hindi tayo lagi nasa taas kaya hanggang may

oras piliin pa nating maging masaya dahil dadating ang araw na hahanap hanapin natin yon at sa oras na hinahanap natin ay hindi na natin maramdaman, hindi na natin mararamdaman.

Why did the both of you changed? Why I feel that you are not my parents anymore? Parallel Universe ba ito? Multiverse? Another Dimension? Upside-down? Wherever I am now, I beg to leave or be free. Kahit saglit lang okay lang kaya 'yon? O kahit bumalik nalang ako sa nakaraan. Kahit maging iyakin ulit ako and cannot stand on its own two feet, tatanggapin ko. Basta bumalik lang yung dating ako, yung dating kayo.

Masaya, laging tumatawa and value each other.

Mom, Dad. I miss you so much bakit kasi ganito? Why life meant to be hard? Why Life is Hard..... "

Every Woman in the World Song

by Air Supply.

About the Author

Ryan R. Reanzares

Ryan Redoña Reanzares Jr. is a student living in a Philippines, Santa Rosa Laguna who is motivated to write stories to show other people what kind of imagination he has. Him First story is Chaotic Life that true to life story because every person who tries to read him a story says that the scenes and scenarios that the protagonist feels in the story are also felt by them in real life. The fact that he doesn't just write stories, He writes stories because he wants to write stories to show what kind of life he has.

www.ingramcontent.com/pod-product-compliance
Lightning Source LLC
LaVergne TN
LVHW041225080526
838199LV00083B/3358